आठवणींच्या हिंदोळ्यावर

भूषण सुनील मोहित

Copyright © Bhushan Sunil Mohit
All Rights Reserved.

ISBN 979-888555316-2

This book has been published with all efforts taken to make the material error-free after the consent of the author. However, the author and the publisher do not assume and hereby disclaim any liability to any party for any loss, damage, or disruption caused by errors or omissions, whether such errors or omissions result from negligence, accident, or any other cause.

While every effort has been made to avoid any mistake or omission, this publication is being sold on the condition and understanding that neither the author nor the publishers or printers would be liable in any manner to any person by reason of any mistake or omission in this publication or for any action taken or omitted to be taken or advice rendered or accepted on the basis of this work. For any defect in printing or binding the publishers will be liable only to replace the defective copy by another copy of this work then available.

अनुक्रमणिका

लेखकाबद्दल	vii
कवितेबद्दल	ix
1. मनो मनी आपला संवाद	1
2. फुलाला सुगंध मातीचा	3
3. आभास	4
4. गुंता	5
5. तुझ्या आठवणीच्या हिंदोळ्यावर	6
6. आई कुठे काय? करते	7
7. आता तू ठरव	8
8. ती निरंतर सोबत असते	9
9. तुझा माझा प्रवास	10
10. नियती	11
11. माझ्यातली ती	13
12. रोज यावा असाच स्वातंत्र्य दिन	15
13. वेळ	16
14. सांगशील का	17
15. माझ्यातली ती	18
16. माझी माय मराठी	20
17. भाऊबीज	21
18. तूच आई हवी	22
19. तुला आठवलं कि	23
20. जुळुदे नव्या वाटा	24

अनुक्रमणिका

21. कोजागिरी	25
22. कविता माझी	26
23. गुंता तुझ्या नात्याचा	27
24. आई...	28
25. अल्लड मनाचे प्रेम	30
26. मी फक्त दुरून चांदणीला पाहणारा	32
27. अर्थ तिच्या भावनांचा	34
28. मनाचं पुस्तक	35
29. तिला आवडत	36
30. कृष्ण मुरारी	37
31. आयुष्याच्या चौकटित	39
32. एक ओळख अनोळखी	41
33. कवीची कविता	42
34. तुझ्या असण्याने	43
35. पाऊस हा	44
36. प्रेम म्हणजे	45
37. माझ्यातली ती	46
38. हुरहूर	48
39. प्रेमाचे चांदणे	49
40. प्रेमाच्या ओळी	51
41. रंग प्रीतीचे	52
42. अंतर	53

अनुक्रमणिका

43. ओळख ती अनोळखी	54
44. प्रेमाची व्याख्या	55
45. देवा बिघडले ना नभाचे द्वार	56
46. एकतर्फी प्रेम	58
47. क्षणभर मैत्री आमची	60
48. माझ्यातली ती	62
49. ती माझी नसते कधी	63
50. दिसत नाही ती कोणाला	64
51. आपलं म्हणणार	65
52. तुझी आठवण	66
53. तुझी माझी दिवाळी	67
54. तू आहेस ना माझ्या सहवासात	69
55. ती निरंतर सोबत असते	71
56. प्रेमाच गणित	72
57. प्रेमाची चाहूल	73
58. तूच तुझा सोबती	74

लेखकाबद्दल

भूषण सुनील मोहित

भूषण सुनील मोहित ,जन्म : 04 फेब्रुवारी 1997

आठवणींच्या हिंदोळ्यावर, हा माझा पहिला काव्यसंग्रह प्रकशित होतोय. बोलायचं म्हणजे, मी जेव्हा अकरावीला होतो, तेव्हा पासून कविता करण्याचा छंद, माझ्या मनातल्या भावना मी कवितेत मांडत गेलो . माझं मुल गाव वावे पंचतंन,

तालुका श्रीवर्धन, जिल्हया रायगड. प्रेम म्हणजे ? जेव्हा आपली

आई आपल्याला जन्म देते, तेव्हा पासून प्रत्येक बाळाचं पाहिलं प्रेम आई असते. जीवाला जीव लावणारे आई बाबा तसेंच बहीण आणि कधी कमी न पडून देणारा भाऊ,तशीच आई सारखी प्रेम करणारी वाहिनी, आणि आई बाबांन इतके प्रेम करणारे काका काकी. यांच्या अनुभवातून मला कळालं प्रेम म्हणजे नक्की काय? असत.

आयुष्यात खूप माणसे भेटतिल, पण खरे प्रेम करणारे आपल्याच घरचे असतात. ये कधी विसरू नका.

कवितेबद्दल

आठवणींच्या हिंदोळ्यावर हा काव्यसंग्रह प्रकशित होतोय, या पुस्तकाबद्दल सांगायचं म्हटलं त,र बहुतेक कविता या आठवणीतल्या आहेत, आपल्या मनातल्या प्रेमाबद्दलच्या भावना, कवितेत मी रेखाटली आहे,कवितेत मांडायचा विचार मला महत्वाचा वाटत होता, "प्रेम" हा शब्द सगळ्यांना माहित असतो, पण फार थोड्या जणांनी, तो खऱ्या अर्थाने अनुभवलेला असतो. असे अनेक शब्द सुचत कविता पूर्ण झाल्या,

आठवणींच्या हिंदोळ्यावर हे नाम मी पुस्तकाला दिलंय, कारण म्हणतात ना प्रेमात पडल्यावरती कोणतेच भान रहात नाही, तेच प्रेम आपल्याला भेटलं कि आपण त्याला स्वर्ग म्हणतो, नाही भेटलं तर मरण, ते आपण कधी विसरू शकत नाही, कारण आयुष्यभर आठवणी सोबत असतात. प्रत्येक आठवणींचा क्षण, कवितांमधून व्यक्त झालं या काव्यसंग्रहात मांडले आहेत.

1. मनो मनी आपला संवाद

मनो मनी आपला संवाद
मनी दडलेला
एक उत्तम संवाद
आपणच घडवलेला

सहज सुखावणारा
कडू गोड आठवणींचा
अस्वाद मनी रुजलेला

भावनांशी जुळणारा
अंतर्मनात डोकावणारा
तुझ्या ह्रदयाची गुंतलेला

मनो मनी आपला संवाद
मनी दडलेला ....

मोहरणाऱ्या स्पंदनाशी
दडलेला गुपित
मौनातून साधलेला
अबोल अव्यक्त भावनेचा
स्वर शब्दात भिजलेला

आठवणींच्या हिंदोळ्यावर

मनो मनी आपला संवाद
मनी दडलेला ....

2. फुलाला सुगंध मातीचा

कळी म्हणते फुलाला
सुटलाय मंद वारा
मिठीत घेना मला
फुल म्हणतो कळीला
बहरू दे ना
एवढी घाई कसाला

मंद मधुर झुळकेचा
दव भरल्या पहाटेचा
गंध पसरला मानत उतरला
मोहक फुललेल्या कळीचा

पावसाच्या थेंबाने
फुलू दे प्रीतीचा मळा
तुझ्या माझ्या नात्याचा ओलावा
देई सुगंध मातीला

कळी म्हणते फुलाला
तुझ्या माझ्या प्रेमाची प्रीत फुलू दे
फुल म्हणतो कळीला
तुझा हा कोमल गंध पाना पानातुन पसरू दे

3. आभास

स्वप्नी खुलवतो
मनास छळतो
तू असल्याचा
आभास होतो

आठवांचा सागर
मनी उसळतो
अवचित भिजवतो
भाव मनाचे
फुंकर मारतो

स्पर्श तुझा क्षणात भुलवतो
कळत नकळत
तू असल्याचा
आभास होतो

4. गुंता

गुंता तुझ्या आठवांचा
नेहमी सतावतो मनाला
अधीरता तुझ्या भेटीची
वाढते क्षणा क्षणाला

नित्य ओठावर रेंगाळते
तुझ्या आठवणीचे जीवन गाणे
गुंत्यात मन गुरफत जाते
अन नकळत ओघळते अश्रूचे चांदणे

गैरसमजुतीचा हा गुंता
उठवते वादळ विचारांचे
प्रेमाच्या तरल बंधनात
उमगते क्षण आनंदाचे

मन आणि भावनांचा
गुंता होत रहातो
मन नित्य त्यात खेळत रहातो

5. तुझ्या आठवणीच्या हिंदोळ्यावर

तुझ्या आठवणीच्या हिंदोळ्यावर
भाव मनी दरवळतो
तुझ्या दुराव्याचा विरह
नकळत प्रेमाला झुलवतो

दोन मनाचे एक भाव
हृदयी झणकरतो
तुझ्या स्पर्शाचा मोह
क्षणा क्षणात भुलवतो

तुझ्या मिठीत
बंध नात्याचा हलके उसवतो
धुंद सुगंधापरी
तुझा रोमांच मनी गाभाऱ्यात फुलतो

मन एकाकी वळणावर
वाट तुझी क्षण क्षण पाहतो
तुझ्या आठवणींच्या हिंदोळ्यावर
श्वास तुझा श्वासात मिसळतो

6. आई कुठे काय? करते

मायेच्या दवात
प्रेमाच्या डोहात
नेहमी मशगुल दिसते
ती लेकरांसाठी
गंधाळणार फुल असते

कधी दुःखात
कधी सुखात
ती चार हात करते
ऊन वारा पाऊस सोसत
ती सदाफुली जशी फुलत राहते

मायेचे घरकुल
सुखाच्या धाग्यात विणते
अंधार सारा शोषून
प्रकाश चिरंतर जगास दिते
साऱ्या विश्वाची पालनहार
जगास साऱ्या बदलू शकते

एवढं करून सुद्धा
आपण प्रश्न करतो
आई कुठे काय? करते ....

7. आता तू ठरव

क्षणिक आभाळ दाटलंय
तुझ्या आठवांच
त्यात मनी दाटतय पाऊस आसवांच
दाटणारा पाऊस मनी
ओलावा देणारी ती आठवण जुनी
सांगे आसवांना
प्रेम करावं असं नाही
करावं जपून थोडं
आणि सिमीत ठेवायचं बरंच काही
आता तुझं तू ठरव
प्रेमात पडायचं
कि प्रेम अनुभवायचं ते ....

8. ती निरंतर सोबत असते

ती अवचित येते नजरे समोर
नव्या शृंगारात
माझ्या सुप्त मनोराज्यात
ती नेहमी वावरते

कळेना मज काही
तिला पाहून
मौन होऊन जातो मी
काय जादू तिच्या प्रेमाची
तिच्या नवजिवनात रंगून जातो मी

खट्याळ नजरेने पाहत
हळुवार पने निघून जाते
ती स्वप्नांत ती सत्यात
ती निरंतर सोबत असते

9. तुझा माझा प्रवास

तुझा माझा प्रवास
तसा नेहमीचा असतो
त्या जुन्या वाटेवरी
नव्या स्वरूपात पुन्हा आपण भेटोतो
हळुवार संपणारा प्रवास
किती निरंतर वाटू लागतो ..

आयुष्याच्या एका वळणार
तुझी सोबत
एक सावली बनून जाते
तू कुठे दूर गेली
तर ती कायम सोबत राहते

कधी तरी असं वाटू लागत
तुझा माझा प्रवास
कधी न संपावा
नव्या उमेदीने आणि नव्या धैयाने
प्रेमाचा ओलावा टिकावा..

10. नियती

दिवसांन मागून दिवस सरत जातो
आठवणींच्या पावसात
आपण नेहमी रेंगाळत राहतो
पण तो आठवणींचा पाऊस
खोलवर ओलावा देऊन जातो

एकांतात होणारी तुझी चाहूल
तू असल्याची जाणीव करून देते
ती होणारी पहाट धुक्यामध्ये हरवून जाते
सूर्याप्रकाश जरी आला तरी तुझी आठवण
माझ्या सोबतच राहते

तुला पाहिलं कि
माझ्या मनातलं आभाळ भरून येत
मन अगदी निशब्द होऊन
मनाच्या ढोहात मन निरागस भिजत राहत

बरसणाऱ्या पावसासारखा
सूर्य मध्येच बसरसत राहतो
सावळ्या ढगांची वाट पाहत
तोही मग विश्रांती घेतो
हळुवारपणे पुन्हा बरसात होते

ती होणारी बरसात
तिची आठवण घेऊन येते

नियती आपले खेळ असेच खेळात रहाते
जीवनात अनेक रंग घेऊन येते
पण तू सोडून गेलीस तर
प्रत्येक सहवासात तुझी आठवण कायम रहाते
पण नियती मात्र तशीच राहते

11. माझ्यातली ती

हल्ली तुला पहाते
तू सतत ऑनलाईन असतो
आणि समोर आल्यावती
हरवलेल्या नेटवर्क सारखा वागतो

मी म्हणालो असं काही नाही
तुझ्याविन जीवन अधुरं
पण अरिक्त रहाते पोकळी
तुझ्या असण्याची
मनात उमलते कळी

ती म्हणाली
असून सुद्धा नसल्यासारखं का वागतो
प्रेम करून सुद्धा अबोलायची जवळीक का धरतो
कळणार नाही तूला कधी माझं प्रेम
माझ्या आवतीभोवती तू असतो

मी म्हणालो
तुझं प्रेम म्हणजे साखरेचा गोडवा
तो मात्र सत्यात अवलोकन करतो
तुझ्या एकांत म्हणजे
आयुष्यभरासाठी आकांत असतो

ती म्हणाली असेल कदाचित
विचारांच्या वादळात मन खायला उठते
मी रिक्त होते
जेव्हा तुझी आठवण माझ्या मनाशी बिलगते

मी
असं वाटतय
संपत चाललंय आपला संवाद
त्यात वाढतोय आठणीचा विसंवाद
अशीच आपली भेट व्हावी
प्रत्येक क्षणाक्षणाला जुनी भेट नव्यानी फुलावी

ती हसली म्हणाली
आपल्या प्रेमाची कहाणी
आता खरी सफल झाली
दुरावलेली नाती
पुन्हा रेंजमध्ये आली

12. रोज यावा असाच स्वातंत्र्य दिन

फास्ट ट्रेन मध्ये एक चिमुरडी
हरवलेल्या गर्दीत अगदी तळमळीने
तिरंगी झेंडे विकत होती
सुखलेल्या पोटासाठी
भूक भागवत

एकाने घेतला ऐटीत झेंडा
मस्त शर्ट वरती चिपकवला
दहा रुपये भरकवले मस्तीत
क्षणात क्षणात झेंडे तिचे संपत होते
भाविक वाटत होत तिच्या मनाला
देश प्रेमाची झापड होती त्या क्षणाला

त्या कोवळ्या जीवाला
काहीच कळत नव्हतं
तरी तिला वाटत होत
रोज यावा असाच स्वातंत्र्य दिन
आपल्या घरची चूल पेटवायला ......

13. वेळ

भावनामध्ये जर प्रेम असत
तर दुःख कधी झाले नसते
प्रत्येकाच्या नशिबात अशी वेळ येते
ती जीवनात कठीण परीक्षा घेते
पण हीच वेळ अशी असते
जी माणसाला धडा शिकवून जाते

क्षण आपण उधळत रहातो
वेळेचा हिशोब लागत नाही
मग आठवणी शिवाय मागे
काहीच उरत नाही

कधी कधी वेळे नुसार बदलते नाते
हिते फसवे असतात सारे
मग अंतःकरणातून व्हाऊन जाते
अश्रूचे चांदणे

वेळेचा खेळ कधीच संपत नाही
वेळे नुसार खूप काही व्हाऊन जाते
भविष्याच्या विश्रांतीसाठी
शरीर नित्य धावत रहाते

14. सांगशील का

पुनवेचा चांद मी
तुला पाहून गस्त होतो
खळबळ अंतरी माजवतो
सांगशील का
जादू अशी कोण करतो

अलवार पाऊस मी
नित्य तुला भिजवतो
मनास छळतो
तुझ्याच मागे रेंगाळतो
सांगशील का
भाव कितीसा कळतो

इंद्रधनुष्य मी
तुझ्या स्वप्नात सप्तरंगी स्वप्न खुलवतो
ना कोणास कळतो
तुझ्या माझ्या असण्याचा खेळ रंगतो
सांगशील का
जादू अशी कोण करतो

15. माझ्यातली ती

मनातल्या भावनांना शब्दांची
रेंन्ज आता मिळत नाही
आणि हल्ली ती सुद्धा रेन्जमध्ये दिसत नाही
मी मात्र हरवलेल्या नटवर्क सारखा शोधतोय तिला

दचकून पाहिलं तिला मनाच्या खिडकीतून
वैतागून मी म्हणालो
तीन चार दिवस झाले
काही सुचत नाही
काही तरी भिनसलय का आपल्यात
बघ ना कवितेला सुद्धा शब्द रुचत नाही

हसली ती खुदकन अन म्हणाली
सुटे वाचून खोकला गेला म्हणजे
माझ्याविना अर्थ नाही का तुझ्या कवितेला
एवढं प्रेम नको करू सांग त्या मनाला

म्हटलं बर सांगतो मी
मनातल्या काव्याला
मग कळेलका तुला
काय ?असते प्रेम
काय? असते कविता

भूषण सुनील मोहित

ती म्हणाली पुरे आता
झाली का तुझी भूमिका

16. माझी माय मराठी

मराठी भाषा जणू
अलंकराची पुष्पनगरी
हिंदवी स्वराज्याची
लेखक कवी अनेक संतांची
जणू परडी ती फुलाची

अस्तित्वासाठी झगडणारी
स्वराज्यासाठी लढणारी
स्वाभिमान जपणारी
माझी माय मराठी ..

भावनांनी जपलेली
प्रेमानी मंतरलेली
माणुसकीच्या गोडव्यात भिजलेली
माणुसकीच्या नात्यात रमलेली
माझी माय मराठी

गोड अमृताची बोली तिची
स्त्रियांच्या सोंदर्यात दिसणारी
अखंड महाराष्ट्रात लखखणारी
माझी माय मराठी .

17. भाऊबीज

किती वर्षाने आज घरी आला
भाऊ हा बहिणीला मिळाला
त्याचा होता छोटासा परिवार
गेला होता सोडून घरदार

धावून देशाच्या राक्षणाला
भाऊ हा बहिणीला मिळाला

हे खरे भाग्य बहिणीचे
कुंकू कायम आहे सुहागनीचे
अग बाय राजा काय कसा आला
भाऊ हा बहिणीला मिळाला

वर्षभर होते मी डोळे पुशीत
पण भाऊबीज करते खुशीत
अशी मारून मिठी भूषण ला
भाऊ हा बहिणीला मिळाला

18. तूच आई हवी

मनात माझ्या जणू रुक्मिणी तू
लाभे आम्हा तुझ्या मायेचा स्वरूप
भावते तुझी नेहमी साथ
जणू आई हे देवाचं खरं रूप ||

मायेचा तो विशाल सागर
देई करुणेचा पाझर
प्रत्येक संकटात
एक सुखाचा मार्ग ||

प्रेमाचा प्रवाह तुझा
देई अर्थ जगण्याला
तूच आई हवी
जन्मोजन्मी मला ||

भरलं घर तुझ्या मायेने
तूच आई हवी
जन्मोजन्मी मला
हेच मागण देवाकडे ||

19. तुला आठवलं कि

तुला आठवलं कि
सुरु होतो भाव मैफिलींची
अन रंगून जाते रात्र
तुझ्या निरंतर भेटीची

तुला आठवलं कि
सुरु होतो तुझा माझा प्रवास
सुखाच्या क्षणाची चाहूल देत
नव्याने होते एक सुरुवात

तुला आठवलं कि
तुझ्या आठवांची मैफिल सजते
साथ देऊन पुन्हा
तुझ्या माझ्या प्रेमाची नव्याने बरसात होते

तुला आठवलं कि
कोमजलेले मन सुद्धा
हळुवार पणे गुलमोहर बनून जाते
तुझ्या ह्रदयाशी बिलगता
मनातले प्रणय बेरंगी होऊन जाते

20. जुळुदे नव्या वाटा

हा अंतर तिच्यातला
दुरावा देतो आता
पुन्हा एक वाव्ह असं नेहमी वाट मला
आठवणींच्या त्या मैफिलीत
एकटाच झुरतो आता

पुन्हा मिळावी एक अनोखी वाट
तुझी असेल तिथे कायम साथ
तुझा माझ्या प्रवासात
कायम असेल तुझा सहवास

येईल पुन्हा उधाण आपल्या मैत्रीला
असं नेहमी वाटत मला
तुझ्या सोबतीचा प्रत्येक क्षण
नवा अर्थ देतोय जगण्याला

फुलुदे प्रीतीचा तो गुलाब
नको त्याला दुराव्याचा आणि अबोल्याचा काटा
शिणलेल्या मनात एकच इच्छा
जुळू दे नव्या वाटा

21. कोजागिरी

टिपूर चांदण्यात प्रीतीचे काहूर मनात
आज चंद्रमा आवतरतो अंगणात
मधुर रात्र हि बावरी
तुझ्या रंगात नाहुनी सजते ,साजिरी कोजागिरी

पुनवेचा चांद हा येतो यौवनात
अन उतरतो गोडवा दूधात
कोवळी हुरहूर तुझ्या स्पर्शाची लागे जिव्हारी
तुझ्या रंगात नाहुनी सजते, साजिरी कोजागिरी

अशी चांदण्याची भ्रांत
नाद मधुर घुमतो आसमंतात
गरबा खेळण्यास दे मज हात
खुणवते तुझी टिपरी
मिठीत घेऊन साजरी, होउ दे कोजागिरी

22. कविता माझी

कविता माझी
कागद वर न उतरता
तुझ्या आठवणीत उरली आहे

सप्तरंगी तुझ्या स्वप्नांत
शब्द लिहून पुन्हा खोडले आहे
तुझ्या आठवांचे काही शब्द
मानतच रुतून राहिले आहे

माझ्या शब्दांचं संवाद
हल्ली तुझ्याशी होतच नाही
आणि तुझा मूखुटछंद
हल्ली नजरेत दिसत नाही

विसरून गेली असेल ती मला
विसरून गेलो मी हि तिला
कविता माझी आता
कागदावर न उमटता
तुझ्या आठवणीत उरली आहे

23. गुंता तुझ्या नात्याचा

किती उधळले क्षण तुझ्या सोबती
आता हिशोब त्याचा लागत नाही
तुझ्या आठवणी शिवाय
आयुष्यात काहीच उरल नाही

किती जपावे तुला हि
गाऊन मनाचे तराणे
मी ओंजळीत सांभाळले
तुटलेले स्वप्नांचे चांदणे

तुझ्या सुखाच्या क्षणांनी
रिक्त झाले रकाने
तुझ्या आठवणीने बांधले
वेड्या कल्पनांचे उखाणे

प्रवास न संपणारा तुझ्या आठवणींचा
गुंता तुझ्या माझ्या नात्याचा
अंतरास गवसलेला

24. आई...

आई आई हा पोटचा गोळा
ते सोडून आपुले नाते
सांग कुठे तू जाते

नऊ महिन्याचे ओझे साहिले
परि लाजे जन्म दिला
मज कौतुक तू केले
लाड पुरविले माझे

बाळ चिमुकले असताना गं
काळजी माझी वाहते
सांग कोठे तू जाते

चिमणी चिमणी बाळे
पंख अजुनी ना आले
पंख तयाना येण्या आधी
काय असे हे झाले

कसे ना कळले
हृदयच गळले
सांग कोठे तू जाते

डोळे उघडून बघ हे
हळहळते जग हे
असे असतानाच नच
पुसताना उठूनच तू लगबघ ये

भूषणला रडताना ग
काय असे तू पहाते
सांग कोठे तू जाते ..

25. अल्लड मनाचे प्रेम

अल्लड मनाचे प्रेम
हल्ली कोणाला कळत नाही
बदलते विचार बदलते परिभाषा
मग पदरी पडते एक वेगळीच निराशा

वेगवान झालेल्या ह्या जगात
थांबायला वेळ कुठे असत
आज अबोला उद्या दुरावा
मग क्षणिक होतो आठवणींचा पसारा

अनामिक नात्याचं
अनैतिक नातं होत
मग या फुलावरून त्या फुलावर
फुलपाखराचा खेळ दिसत

काही जण असतात दिगंताच्या वाटेवर
विरहाची झालर घेऊन जुनी
दिवस सरत जातात
मग दिसत नाही कुणी

प्रेम प्यार इश्क लव्ह
भरता पोट होते बेचव

भूषण सुनील मोहित

क्षणांच्या आकर्षणासाठी
क्षणिक दिसते सर्व उठाठेव

26. मी फक्त दुरून चांदणीला पाहणारा

खूप सुंदर दिसतेस
यात शंकाच नाही
आवडतेस तू मला
होशील का माझी एकदा

रोज तुला आठवावं
मनाला गोंजरत बसावं
दूर असूनही
फक्त तुझ्या विचारात गुंतत राहावं

आवडत मला
तुझा तो अबोला
थोडासा शहाणा अन थोडासा बहाणा ,,

कधी तरी कुठे तरी
माझं मन तुझ्या मनामध्ये
जागा शोधात असतो
वेडा आहे ना मी
रोजच्या कवितांच्या लिखाणामधून
तुलाच आठवत बसतो..

तुझी वाट पाहून
थकून जातात आठवणी
पण तू काही येत नाही
डोळे मात्र जगात राहतात
पण तू कुठे दिसत नाही

मी फक्त तुझ्या आठवणीत रमणारा
अन दुरून चांदणीला पाहणारा

27. अर्थ तिच्या भावनांचा

मनाचे अंगण
अगदी कोरडे आहे
सुखावलेले नाते
त्याशी जडले आहे

नाहलेली सांज सुद्धा
नवा रंग घेत आहे
रंगणाऱ्या आठवणीने
हि अबोल रात्र सुद्धा
तुझ्या मिठीत थिजली आहे

आर्त तुझ्या ह्रदयाचा
आज मनी कळला
भाव दाटल्या आसवानी
वसंत मनीच फुलला

खोट्या मनाची अशा
विरहाची देते निराशा
फुलुनी मनीचा बगीचा
मनाला कळला
अर्थ तिच्या भावनांचा

28. मनाचं पुस्तक

तू कधी वाचलं नाही
मनाचं पुस्तक
एकदा तरी वाचून बघ
संवाद त्याशी साधून बघ

नुसतीच पान पालटत जाऊ नकोस
तुझ्या त्या पालटनांच्या नादात
अनेक प्रश्नांचीउत्तरे आहेत त्यात
त्यानां चुरगळत जाऊ नकोस

हळुवार पणे वाचत जा
एक एक शब्द चालत रहा
कारण भावनांचा संकेत आहे त्यात

मनाचं पुस्तक
हल्ली वाचताना कोण दिसत नाही
म्हणून वेळी अभावी फसतात
पण म्हणतात ना
वाचण्यासाठी मानसिकता असावी लागते
पण नेमकी तीच कुठे दिसत नाही

29. तिला आवडत

तिला आवडत
तिच्या मनातलं ओळखायला
मला आवडत
तिच्या मनातलं लिहायला
तिला आवडत
दिलखुलास जगायला
मला आवडत
तिच्या जीवनात रंग भरायला
तिला आवडत
संजयला
मला आवडत
फक्त तिच्यावर मारायला
तिला आवडत अबोल रुसायला
मला आवडत
तिच्याशी गोड बोलायला
तिला आवडत
शब्दात तिला वर्णायाला
मला आवडत
तिच्यावर कविता करायला

30. कृष्ण मुरारी

तू जसा गुकुळात
दिसे चरा चरात
कधी वृंदावनात
तर कधी विश्वात

प्रियकर तू राधा मीराचा
सखा तू द्रौपदीचा
पती तू रूक्मिणीचा
नटखट तू यशोदेचा

नटखट तू कृष्ण मुरारी
मोरपंख तुझ्या डोईवरी
गोपाळासवे गोपिकांना छेडे
जगास दिले अद्‌वैत प्रेमाचे धडे

गीतेचे कथन करून
अर्जुनास प्रेरित केले
अधर्माचा नाश करण्या
महाभारत घडून आणले

ऐसी तुझी लीला पाहून
एकरूप होते वेडे मन

आठवणींच्या हिंदोळ्यावर

तुला पाहता
जुळून येति दोन्ही कर

31. आयुष्याच्या चौकटित

आयुष्याच्या चौकटित
सगळ्यांचंच चुकत
आपलं नशीब ते
जागोजागी हुकत

संकटे येतच रहातात
कधी सुखात कधी दुःखात
अवलंबुन असत नशिबावर
तरी आपण थांबत नाही
मात करत रहातो
संकटाच्या त्या अंधारावर

मन रेंगाळत रहाते
दुःखाच्या अंधारात
कधीतरी होते सुखाची पहाट
मग हात जोडतो
देवाच्या गाभाऱ्यात

दोष त्या संकटांचा नसतो
दुःख काय येतच रहातात
पण त्या दुःखात आनंद
मात्र गुपित बनून रहातं

आयुष्याच्या चौकटित
सगळ्यांचंच चुकत
आपलं नशीब ते
जागोजागी हुकत

32. एक ओळख अनोळखी

एक ओळख अनोळखी
मानत घर करून गेली
प्रेमाची सय, ओंजळीत भरत गेली

नजरेत स्थिरावलेली रात्रजशी
मनाशी संवाद साधत गेली
मौन साऱ्या भावनांना
आठवणीत तोलत गेली

एक ओळख अनोळखी
मनात घर करून गेली
सोबतीची सावली तिची
हळूवार पाठ फिरवून गेली

33. कवीची कविता

कवीची कविता
रुजलेल्या विचारांची भूमिका
मनी दडलेली
भावनांची मैफिलता
शब्दां शब्दांमध्ये गुंफते
कवीची कविता
खोलते मानाचं गुपित
आठवांच दाखवून प्रतिरूप
मौनाची निरव शांतता होते भावुक
सांगते सार मनातलं
भावनांची मैफिलता
शब्दां शब्दांमध्ये गुंफते
कवीची कविता
जणू एकांताचा संवाद
त्यात मनाच्या कैफियेत होते
मनाचे मनाशी वाद
मग हळुवार रिक्त होते
भावनांची मैफिलता
शब्दां शब्दांमध्ये गुंफते
कवीची कविता

34. तुझ्या असण्याने

तुझ्या असण्याने
जीवनात हास्य फुलते
तुझ्या येण्याने
हृदयाचे द्वार हळूवार खुलते
तुझ्या हसण्याने
सुखाचे चार क्षण अनुभवता येते

35. पाऊस हा

पाऊस हा
थेंबथेंबातुन साचत जातो
चिंब ओल्या आठवणीत
नव्याने वर्षाव करतो
रिमझिमनाऱ्या त्या सारीत
मनसुद्‌धा भरून जात

पाऊस हा
ढगाढगातुन दाटून येतो
कधी ऊन तर कधी सावली होऊन जातो
एकट्या पडलेल्या जीवाला
तुझी चाहूल देऊन जातो

पाऊस हा
नकळत हवेत विरत जातो
मनाला भावून जुन्या आठवणीत घेऊन जातो
तू सोबत नसताना
तुझ्या आठवणी
नित्य नव्याने रुजवत रहातो

36. प्रेम म्हणजे

प्रेम म्हणजे
दोन जीवांचे एक भाव
प्रेम तयाचे असते नाव
ह्रदयात घेई अस्तित्वाचं ठाव

प्रेम म्हणजे
एक आनंदाचे अनोखे पर्व
मिटलेल्या लोचनातून वाहतो
तुझ्या आठवणींचा गर्व

प्रेम म्हणजे
अतूट निरंतर नातं
मनातल्या विचारांचं जात
बंद चिट्टीत लिहलेलं
आठवणींचं गाठोडं

प्रेम म्हणजे
नात्याचं प्रतिरूप
एक बंधू तर दुसरं आई बाबांचं रूप

37. माझ्यातली ती

आज सहज मांडला आठवणींचा पसारा
आणि तीने उत्तर दिल
डस्टबिनमध्ये टाक तो कचरा.....

मी हसलो आणि उत्तर दिल
नको म्हणूस ग कचरा
तो तर आपल्या एकांतातला उत्तारा
त्यामुळे तर फुळतोय
मोहक शब्दांचा नजारा.....

ती लगेच रागवली
आणि म्हणाली
तुच्याचकडे ठेव कवितांचा भंडारा
अग भंडारा नको म्हणूस
तो तर तुझ्या आठवणींचा निवारा .....

मी हसलो
म्हणालो मान्य पटतय मला
तु उदास आहेस ना
बोलत करतोय जरा...

आठवणींच काय ?

हा तर विरलेल्या क्षणांचा खेळ सारा...
ती हसली
आणि म्हणाली
पण तुझ्या खेळात , मीच नेहमी गंते
कारण तू खुप सुंदर दिसतेस...

ती हसली आणि म्हणाली
तुझ आपल काहितरीच श्री ....

38. हुरहूर

हुरहूर हि दोन जीवांची
जणू नवीन भासते
काहूर मनी स्वप्नांचे
त्यात मी तुला पाहते

हि हुरहूर तुझ्या विरहाची
खेचत आणते देहाला
स्पर्श तुझा मज वेडावतो
अन बेभान करतो मनाला

हि हुरहूर तुझ्या चैतन्याची
मनोमनी संचारते
स्वप्नांच्या हिंदोळ्यावर
तुझ्या आशेचे गुलाब फुलते

हि अनामिक हुरहूर
सुखाचा किनारा गाठते
सरलेल्या जुन्या आठवणीत
माझे मन मला खाते

39. प्रेमाचे चांदणे

दुरावा तुझ्या भेटीचा
रंग चढतोय प्रीतीला
मनी गोड आठवणींचा

छबी तुझी ह्रदयात
मनी तुझाच ध्यास
भेटून जा प्रत्येक्षात

काय खातेस भाव
काय आहे चेहऱ्यात
तुझ्या भेटीची अवतरते
स्वप्नातील धुंद चांदरात

विखुरल्या पाकळ्या
तुझ्या मिलनाच्या
भरल्या ओंजळीत

स्वप्न डोळ्यात
दिसे तू आसपास
भेटली तू नव्या रूपात

रुजत ओलावा तुझ्या ओठात

मनी दडले भाव त्यात
प्रेमाचे चांदणे उतरले तिच्या डोळ्यात

40. प्रेमाच्या ओळी

प्रेमाचे रंगीत सोहळे
तुझ्या येण्याने झाले
तुझ्या येण्याच्या चाहुलीने
जीवनात हास्य फुलले

तू दिशे खास
माझ्या नात्याचा अतूट विश्वास
मी एकांतात
तरी तू दिसे आसपास

प्रेम वेड लावते
ना कसले भान रहाते
फक्त निरंतर
तिची आठवण मनी संचार करते

प्रेमाचे खेळ निराळे
मन त्यात खेळत रहाते
क्षणात नात्याचेचित्र बदलते

41. रंग प्रीतीचे

रंग प्रीतीचे
रंगात न्हाऊ दे
तुझ्या मिठीचा स्पर्श
समीप येऊ दे

रंग प्रीतीचे
मला हि पाहू दे
तुझ्या डोळ्यात ते
रंग भाव दिसू दे

रंग प्रीतीचे
मानत बहरूदे
अर्थ नात्याचा
मला हि कळू दे

42. अंतर

अबोला आणि दुरावा
या मध्ये असतो अंतर
नात्याचा गोडवा त्यामध्ये
वाढत जतो हळूवार नंतर

नकोशी वाटतात भावनिक प्रश्न
सापडत नाहीत त्यांचे उत्तर
मनास खेळत रहाते
तुझ्या दुरावाचे अंतर

विश्वासाच्या दोन शब्दावर
नातं टिकत निरंतर
जराशी चूक होते
अन दोन जीवांनमध्ये पडतो अंतर

43. ओळख ती अनोळखी

आज भेटू उद्या भेटू
अशी बोलून
ती कधीच भेटली नाही
ओळख ती अनोळखी वाटून गेली
कारण नसताना
नकळत आवडू लागली

बोलणं तीच
अधून मधून रंगात असायचं
पण तिच्या बोलण्यात
मन मात्र रमायचं
ओळख ती अनोळखी वाटून गेली
कारण नसताना
नकळत आवडू लागली

काही तरी आहे
आजही तिची आठवण यते
मन राहून राहून बोलते
अरे वेड्या कवितेत ठेव सार
नाही तर ओळख अनोळखी राहील

44. प्रेमाची व्याख्या

खोटे मुखवटे
खोट्या भावना
खोटे नाते
मन त्यात फसत जाते
प्रेमाच्या तरल बंधनात
मन अलगत वाहून जाते

खोट्या प्रेमाचा उद्योग सारा
सहन केल्याशिवाय
खऱ्या प्रेमाची व्याख्या
अनुभवता येत नाही
मनातल्या जखमेला
अनेक औषध पांढरी पडून जातात
पण रोग प्रेमाचा लवकर बरा होत नाही

दुःखांची तीव्रता
मनात पेटत रहाते
खोट्या प्रेमाची भूमिका
अंतर मनात दडलेली असते
तिला पहिल्या शिवाय
खऱ्या प्रेमाची व्याख्या अनुभवता येत नाही

45. देवा बिघडले ना नभाचे द्वार

देवा बिघडले ना नभाचे द्वार
हि कोणती रे बरसात
तिन्हे आणले उघड्यावर संसार
ना राहिल्या भिंती
ना उरला छप्परचा आधार

दुरावली रे आईची माया
हरवली रे बापची छाया
हरपलं सार जिन्ह
या महापुरा संग

हा कोणता महापूर
पेटवावी कशी चूल
निजलंय रडून रडून चिखलात
पाच महिन्याचं मुलं

देवा भिघडले ना रे नभाचे द्वार
हि कोणती रे बरसात
उध्वस्त करते मनास
थोपवावे तरी कसे

हा प्रश्न पडतो क्षणात क्षणात

विरली नाती दुःखाच्या सरीत
आता तरी क्षणभर रहा निवांत
मिटू दे रे माणसांची भ्रांत
सांगतोय माझा आकांत

46. एकतर्फी प्रेम

एकतर्फी प्रेम हे एकतर्फी असतं
कळून सुद्धा न समजल्या सारखं
थोडं वेड थोडं शहाणं
कधी न सुटणार कोडं असतं

तिच्या नकळत स्वतःला छळत
तिच्या चेहऱ्यात आपलं विश्व शोधत
सुख दुःखात नेहमी उदार असतं
पण त्याच्या मनात नेहमी तिचाच विचार असतं

तिथे तुझं माझं नसत
तुझा नकार असला तरी
मनाचा होकार असत
कारण एकतर्फी प्रेमात
ब्रेकअप कधीच होत नसतं

एकतर्फी प्रेम असावं
तुझ्या आठवणीत रमणार
तू नसताना हि
चाहूल तुझी देणार

एकतर्फी प्रेम करावं

भूषण सुनील मोहित

नदी किनाऱ्यासारखं
एकमेकांना साथ देऊन
अंतरंगला हिरवळ देणार

47. क्षणभर मैत्री आमची

क्षणभर मैत्री आमची
आनंदाचे क्षण घेऊन आली
असणाऱ्या नसणाऱ्या क्षणात
मनाला अतूट नात्याची ओढ घेऊन आली

धुंद परिभाषा तिची
मनाला बेधुंद करून गेली
शब्दांची अल्लड नदी ती
सागराला विलीन झाली

कशी असेल ती
स्वच्छदी कि आनंदी
मनमिळाऊ कि समाधानी
क्षणभर मैत्री आमची
किती प्रश्न घेऊन आली

बोलता बोलता सोबत तिची
हवी हवीशी वाटू लागली
हि थिजलेली रात्र आता
गुलाबी वाटू लागली

क्षणभर मैत्री आमची

भूषण सुनील मोहित

अनेक प्रश्नांची उत्तरे घेऊन आली
जगण्याला नवे अर्थ देऊन गेली

48. माझ्यातली ती

तिचा आज सहज MSG आला
काय कवी महाशय
खूप दिवस झाले,कविता नाही वाचली
हरवली का? तुमच्या कवितांची डायरी
का? संपली तुमची विचार सैली
कि संपली तुमच्या लेखणीतील शाही

मी म्हणालो असं काही नाही
ऐकशील थोडं मनातलं काही
तसा तुझा प्रश्न गौण आहे
शुद्‍ध जरा मौन आहे
पण बोलते ह्रदयाची धडधड
आतुरलेला प्रत्येक क्षण तुझा आहे

घेऊन बघ जरा मनातला ठाव
उमजून जातील मनातले भाव
कविता तुझ्या समोर आहे
वाचून बघ एकदा
मग समजेल तुला
कविता माझी कोण आहे...

49. ती माझी नसते कधी

ती माझी नसते कधी
मी मात्र तिचाच असतो
विचारांच्या गर्दीत, आठवणींच्या प्रवासात
नेहमी हरवलेला असतो

असणाऱ्या नसणाऱ्या क्षणात
तिलाच शोधत असतो
फसवं असत सगळं
कळत असूनही मी नेहमी फसतो

कधी एकांतात
तिच्या आठवणीत
तिच्या त्या डोळ्यात
मी नेहमी स्वतःला बघतो

अबोल झालेलं मन
शुन्यातून कुठेतरी हरवतो
पण तिच्या स्टेशनच
प्रेमाचं तिकीट मात्र मिळत नसत

50. दिसत नाही ती कोणाला

ती येते अलवार क्षणी
विरहाची वादळे लेऊन
ती जाणवते प्रत्येक मनाला
पण दिसत नाही कोणाला

कधी दुःखात कधी सुखात
येते अश्रू घेऊन डोळ्यात
जागवत रहाते रोमारोमाला
पण दिसत नाही कोणाला

ती चंचल तल्लीन मनाची
दाटते तिची चाहूल अंतरमनी
बदलत रहाते ती स्वतःला
पण दिसत नाही कोणाला

ती सुप्त तरीही ती मुक्त
ती नेहमी असते मनाशी संगती
लोक म्हणतात आठवण तिला
ती छळत रहाते क्षणाक्षणाला

51. आपलं म्हणणार

नित्यतीने दिलेला एकटे पणा
थोडंफार का होईना
दूर करण्यासाठी
जीवन प्रवासात बरंच काही जोडत गेलं
प्रत्येक नव्या वळणार
एक नाव नात नकळत जुळत गेलं

या नात्यांच्या गर्दीत
आयुष्य कधी गजबजल
कळल देखील नाही
पण संकटाच्या वादळाने मात्र
एक एक करून हि सारी नाती
दूर झाली आणि

आयुष्य पुन्हा एकट पडलं
तेव्हा जाणवलं
जोडलेल्या प्रत्येक नात्यात
माझी आपली माणसं खूप होती
पण कोणीहि नव्हतं त्यात
मला आपलं म्हणणार ...

52. तुझी आठवण

तुझी आठवण
माझ्या मनाची ती एक साठवण
मी जपतो अंतरात
तुझे ते प्रत्येक क्षण

जेव्हा मी पाहतो तुला
कोणाशी बोलताना
येते भरून मन
मग एकांतात आठवतात
ते सोनेरी क्षण

पहिल्या सारखं आता बोलणं नाही
असं वाटतंय
उडून गेले ते पक्षीगण
मन आता सुनेचं राहिले
अन सोबतीला तुझी आठवण

53. तुझी माझी दिवाळी

तुझी माझी दिवाळी
पुन्हा नव्याने साजरी करावी
तुझी माझी ओळख ती जुनी
पुन्हा नव्याने करावी

हि दिवाळी नवीन आलीय
भेट तुझी पुन्हा व्हावी
आशेच्या फुलांचं तोरण लावून
तुझी माझी दिवाळी
नव्याने साजरी करावी

रांगोळीत भरले हवेसे रंग
मनात उठला आठवणींचा तरंग
उटण्याचा दरवळ माझ्यापुरता
पण फराळ सगळा तुझ्या पुरता

मनामनात तेज आकाश
लाख दिवे लख्ख प्रकाश
वातीला तेल कमी असेल
पण ज्योतीत तुझी छबी दिसेल

तुडुंब माझ्या या आनंदात

तुझी साथ असावी
क्षणभर का होईना तुझी भेट व्हावी
अन तुझी माझी दिवाळी
पुन्हा नव्याने साजरी करावी

54. तू आहेस ना माझ्या सहवासात

कधी वेळी कधी अवेळी भेटते ती मला
खट्याळ डोळ्यांनी
अबोल नजरेनी
घायाळ करते ती मला

गुतणाऱ्या क्षणात मी गुंतून जातो
हृदयात तरंग येतो
तू असल्याची जाणीव करून देतो

तुझा भास दिन रात
नेहमी गात राहतो
तुझ्या विचाराने मन
तीळतीळ तुटत जातो

टिकावे शेवट पर्यंत प्रेमाचे नाते
दुराव्या ला अबोला नसावा
तुझ्या प्रीतीच्या डोहात
नितळ तुझा देह दिसावा

मिटलेल्या पाण्यानी बघते तू मला

आठवणींच्या हिंदोळ्यावर

कधी रुसून कधी हसून
नकळत हात हाती येतो तुझा
मग जीवनाचा मार्ग सापडतो पुन्हा

तू आहेस ना माझ्या सहवासात
मग आजून काय पाहायचं
एकमेकांच्या मिठीत एकमेकां सोबत
पूर्ण आयुष्य घालवायचं

55. ती निरंतर सोबत असते

ती अवचित येते नजरे समोर
नव्या शृंगारात
माझ्या सुप्त मनोराज्यात
ती नेहमी वावरते

कळेना मज काही
तिला पाहून
मौन होऊन जातो मी
काय जादू तिच्या प्रेमाची
तिच्या नवजिवनात रंगून जातो मी

खट्याळ नजरेने पाहत
हळुवार पने निघून जाते
ती स्वप्नांत ती सत्यात
ती निरंतर सोबत असते

56. प्रेमाच गणित

जरा निराळी असत
करून सुद्धा न समजणार
तर कधी
सहज सुलभ भासणार
खोड्यात पडणार एक समीकरण असत

क्षणात सुटतात हात
बदलते पावलो पावली वाट
अचानक समीकरणे बदलतात
आणि पुन्हा एक होतात

प्रेमाच गणित
जरा निराळं असत
जोडलेलं नातं
विश्वसाच्या अपेक्षेवर
अवलंबून असतं

57. प्रेमाची चाहूल

नव्या प्रेमाची चाहूल हि
तिच्या लाजिरवाण्या डोळ्यात दिसते ,
तिला पाहताच क्षणी
मनातली घालमेल वाढू लागते ..

सोबत तिची जणू
पहिल्या पावसाची हजेरी
कधी सोबत नसली तरी
खोळवर मनात ओला देणारी ..

हा असर तिच्या प्रेमाचा
कधी न संपणारा
हा दुवा तिच्या नात्याचा
कधी न तुटणारा ..

तिच्या प्रेमाचा आकर्षण
मला तिच्याच मागे ओढतो
तिच्या मिठीतला तो गोडवा
पावसातल्या सरीमध्ये उमटतो,

58. तूच तुझा सोबती

त्या अनोळखी वळणावरती तू अनोळखी प्रवाशी
विशाल सागराच्या हृदयात
तूच तुझ्या सोबती

दूर दूर वाटा जातील डोंगराच्या पल्याड
खडतर अडचणीचा दाखवेल तो काळ

कोरड्या भावनेच्या जाउनी तळाशी
गुंतलेला एक अनोळखी प्रवासी
विशाल सागराच्या हृदयात
तूच तुझ्या सोबती

मिटल्या नाहीत आजूनहि जुन्या वाटा
त्या जुन्यांवाटेवरती गेली तुडवून नियती
मन अंकुर फुलवत जाते
अनोळखी बनून प्रवाशी

होऊन बेफिकर
जगुनी प्रत्येक क्षण
मनाचे उमठून ठाव
हीच खरी जिन्दगीची धून

चढायचे आहेत मोठे मोठे डोंगर
टाकून हळू हळू पाउल
खेऊन सुखाची चाहूल

मनाच्या खोल डोहात
वादळे अनंत
सुख दुःखाचा हा एक आयुष्याचा रंगमंच

खेऊन चालतो दुःखाचं वादळ
बांधून नीचयाची गाठ
घेऊन नकाशा हाती
शोधत सुखाची वाट

जेव्हा दिशेल सुखाचा शिखर
सुख होईल भोवती
त्या अनोळखी वळणावरती तू अनोळखी प्रवाशी
विशाल सागराच्या हृदयात
तूच तुझ्या सोबती

www.ingramcontent.com/pod-product-compliance
Lightning Source LLC
LaVergne TN
LVHW041542070526
838199LV00046B/1792
9798885553162